કચ્છ

મિહિર જાગૃતિ વોરા

Copyright © Mihir Jagruti Vora
All Rights Reserved.

This book has been self-published with all reasonable efforts taken to make the material error-free by the author. No part of this book shall be used, reproduced in any manner whatsoever without written permission from the author, except in the case of brief quotations embodied in critical articles and reviews.

The Author of this book is solely responsible and liable for its content including but not limited to the views, representations, descriptions, statements, information, opinions and references ["Content"]. The Content of this book shall not constitute or be construed or deemed to reflect the opinion or expression of the Publisher or Editor. Neither the Publisher nor Editor endorse or approve the Content of this book or guarantee the reliability, accuracy or completeness of the Content published herein and do not make any representations or warranties of any kind, express or implied, including but not limited to the implied warranties of merchantability, fitness for a particular purpose. The Publisher and Editor shall not be liable whatsoever for any errors, omissions, whether such errors or omissions result from negligence, accident, or any other cause or claims for loss or damages of any kind, including without limitation, indirect or consequential loss or damage arising out of use, inability to use, or about the reliability, accuracy or sufficiency of the information contained in this book.

Made with ♥ on the Notion Press Platform
www.notionpress.com

માતા પિતા ને અર્પણ કરું છું

સામગ્રી

પ્રસ્તાવના

મિત્રો આ પુસ્તક માં લેખકે કચ્છ ના કેટલાક વિષય ઉપર વાતકરી છે, આ માટે લેખકે વિવિધ સંદર્ભ સાહિત્ય નો ઉપયોગ કર્યો છે , જેની ખાસ નોંધ લેજો

સ્વીકૃતિઓ

આ પુસ્તક માટે में વિવિધ લેખ આધારિત માહિતી વિકિપીડિયા ,લેખ ને લાગતા આવેલા વિવિધ અખબારી અહેવાલ અને જે તે લેખક ના લેખ ના સંદર્ભો નો સહારો લીધો છે તે સૌ નો હું આભાર માનું છું .

અનુક્રમણિકા

1
ટપકેશ્વરી

મિત્રો કોરોના કહેર વચ્ચે કચ્છમાં પ્રવાસન ઉત્તરોત્તર ખીલ્યું છે, ત્યારે હજુ અનેક પ્રાકૃતિક સ્થળો નજીક હોવા છતાંયે નવી પેઢી તેનાથી અજાણ છે, આવું જ એક સ્થળ જિલ્લા મથકથી લગભગ આઠ કિ.મી.ના અંતરે 'ટપકેશ્વરી' આવેલું છે, અત્યારે સારા વરસાદના લીધે આ ડુંગરાળ વિસ્તાર લીલી ચુંદડી ઓઢીને નવોઢા જેવો ભાસે છે. આવું અદ્ભુત લોકેશન ચોમાસામાં જીવંત થઇ ઊઠતું હોય છે, વિખ્યાત ફિલ્મ મેકર જે.પી. દત્તાની વિનાશક ભૂકંપ બાદ રિલીઝ થયેલી 'રેફ્યુઝી' ફિલ્મમાં ટપકેશ્વરીની ગુફામાં અભિષેક બચ્ચનને બેઠેલો જોઇને ભુજવાસીઓ આનંદિત થઇ ઊઠ્યા હતા. કરગરિયો અને ખાત્રોડ ડુંગરની ગિરિમાળાની શૃંખલામાં આવેલો આ વન્ય વિસ્તાર નાનાં મોટાં અનેક જળાશયો ધરાવે છે. ઉપરાંત આ સ્થળ પર્વતારોહકોને પણ આકર્ષે છે. ટેકરીની બખોલમાં પાણી સતત ટપકતું રહેતું હોવાથી તેને સ્થાનિક લોકો 'ટપકા' તરીકે પણ ઓળખે છે. રાજાશાહીના જમાનામાં રાજ પરિવાર માટે આ સ્થળ શિકાર માટે પ્રચલિત હતું.

ભૂતકાળમાં શ્રાવણ-ભાદરવા દરમ્યાન અહીં 'ગોઠ' ગોષ્ઠિ કે સમાજ મિલન, પ્રવાસ યોજાતા હતા. ટપકેશ્વરી વિસ્તાર જંગલ ખાતા દ્વારા રક્ષિત છે, વનવિભાગે તળાવડીઓ પણ બનાવી છે. આ વિસ્તારની ગુફા પ્રચલિત હતી. દાયકાઓ પૂર્વે આ ડુંગર પર 'વાલો નામોરી' ગુજરાતી ફિલ્મનું શૂટિંગ થયું હતું અને દારાસિંહ તેમાં મુખ્ય

ભૂમિકામાં હતા. અત્યારે આ સ્થળનો વહીવટ ટપકેશ્વરી સર્વોદય સાર્વજનિક ટ્રસ્ટ હસ્તક છે.

ટપકેશ્વરી મંદિર ટેકરીઓની હારમાળા વચ્ચે ભારત દેશના પશ્ચિમ ભાગમાં આવેલા ગુજરાત રાજ્યના કચ્છ જિલ્લાના મુખ્ય શહેર ભુજના જ્યુબીલી સર્કલથી આશરે ૮ (આઠ) કિલોમીટર જેટલા અંતરે દક્ષિણ દિશામાં આવેલ છે. ટપકેશ્વરી મંદિર એક હિન્દુ મંદિર છે, જે ટપકેશ્વરી દેવીને સમર્પિત છે. આ મંદિર ટેકરીઓ દ્વારા ઘેરાયેલ ખીણમાં સ્થિત છે. ભુજ થી માત્ર અડધા કલાક ના અંતરે આવલું ટપકેશ્વરી માતાજી નું મંદિર .

આ જગ્યા ડુંગરો ની વચે આવેલી છે ખૂબ જ રમણીય અને કુદરતી સૌંદર્ય ધરાવતી આ જગ્યા છે ત્યાં આવેલા ડુંગરો માંથી ટપક ટપક પડતું પાણી ત્યાં કુંડ માં જમા થાય છે અને આથી આ જગ્યા નું નામ ટપકેશ્વરી પડ્યું હોવાનું મનાય છે , ટપકેશ્વરી નું બીજું નામ ચામુંડા માતાજી છે , તેની સ્થાપના નો ઇતિહાસ મળતો નથી પણ 1876 થી 1942 આ સમય દરમિયાન રાવ ખેંગારજી ત્રીજા ના અમલ માં સ્થાપના થઈ હસે ભુજ થી માત્ર અડધા કલાક ના અંતરે આવલું ટપકેશ્વરી માતાજી નું મંદિર . આ જગ્યા ડુંગરો ની વચે આવેલી છે ખૂબ જ રમણીય અને કુદરતી સૌંદર્ય ધરાવતી આ જગ્યા છે.નવરાત્રી માં રાજવી પરિવાર તરફથી માતાના મઢ માં થતા નોમ ના હવન માં પતરી વિધિ માં ચડાવતી પત્રી ટપકેશ્વરીના જંગલોમાંથી ગોતવામાં આવે છે અને તેને માતાજી ના ચરણો માં અર્પણ કરવામાં આવે છે .

પહાડીઓની ઉપર કુદરતી રીતે બનેલી ગુફાઓ આવેલી છે. વડીલો પાસેથી સાંભળ્યા મુજબ ભૂતકાળમાં અહીં જંગલી પશુઓનો પણ વસવાટ હતો. ટ્રેકિંગનો એકદમ શોખ ધરાવતા લોકો એક તરફથી જઈ બીજી તરફથી ઉતરી શકે છે જ્યારે નાના બાળકો સાથે કે વડીલો સાથે ગયેલા લોકો નાના ટ્રેકિંગ રુટ પર જઈ શકે છે. છ વર્ષથી ઉપરના બાળકો આસાનીથી કરી શકે તેવો સરળ ટ્રેક છે તેથી ખાસ ડરવા જેવું નથી. હા, ઉપર પહોંચ્યા પછી ગુફાની આસપાસના ખડકો મિનરલથી ભરપૂર હોવાથી થોડા લપસણા છે જેથી તે જગ્યાએ બાળકોનું ખ્યાલ રાખવું. અને હા, સાથે પાણી તેમજ થોડો નાસ્તો જરૂર રાખવો કેમકે આટલી સરસ જગ્યા હોવા છતાં પ્રવાસીઓની સંખ્યા અહીં ઓછી હોતાં

રવિવાર સિવાય કશું મળવું મુશ્કેલ હોય છે.
સંદર્ભ : માહિતી વિકિપીડિયા અને તમામ અખબારી અહેવાલો

2
પ્રાગ મહેલ

મિત્રો રણોત્સવ આવે છે ત્યારે ભુજ કચ્છ ની શાન ગણાતા પ્રાગ મહેલની વિશે વાત કરશુ તો મજા આવશે. આ માહિતી આધારિત લેખ છે જેની નોંધ લેજો માં માત્ર માહિતી આપી છે. ભુજ શહેરને તોરણથી મઢનાર પ્રથમ રાજા ખેંગારજી (પહેલા) ઇ.સ. ૧૫૪૯- વિક્રમ સંવત ૧૬૦૫માં ભુજિયા ડુંગર પર ગયા ત્યારે અમદાવાદની સાબરમતી નદીને કિનારે બનેલી ઘટના પુન: ઘટી. એક શિકારી કૂતરા અને સસલા વચ્ચે દ્વંદ્વયુદ્ધ થયું. રાવ શ્રી ખેંગારજીએ આ જ સમયગાળામાં મહેલ સંકુલની રચના કરાવડાવેલી ત્યારબાદ ત્રણસો વર્ષે દરબારગઢના ભાગ રૂપે મહારાજા પ્રાગમલજી બીજાએ આ પ્રાગમહેલ બંધાવ્યો. મૂળ સંરચનાનું એ વિસ્તૃત સ્વરૂપ ભુજનું ઘરેણું બની રહ્યું. આમ તો એ વખતે આ મહેલ પૌરાણિક ભુજ નગરની બહાર સીમને વળોટીને બનેલો પણ હવે તે શહેરના હૃદય સમા વિસ્તાર દરબાર ગઢ રોડ, જૂના ધાતિયા ફળિયા ભુજના કેન્દ્રસ્થ છે.

ઓગણીસમી સદીમાં ૧૮૬૫માં પ્રાગમહેલની પહેલી ઇંટ મુકાયેલી. ૧૮૭૫માં રાજાનું મૃત્યુ થયું અને એમના સુપુત્ર ખેંગારજી ત્રીજાના કાર્યકાળમાં ૧૮૭૯માં પ્રસ્તુત મહેલનું ચણતર પૂરું થયું. જાડેજા કુળના પરખંદા રાજવીઓમાં મહારાવ પ્રાગમલજી, ખેંગારજી, વિજયરાજજી અને અંતિમ રાજા મદનસિંહે વખતો વખત પ્રાગમહેલનું અપૂર્વ જતન કર્યું. ઇટાલિયન સ્થપતિ કર્નલ હેન્રી વિલ્કિન્સે ઇટાલિયન

ગોથિક શૈલીમાં આ મહેલ બંધાવ્યો જેમાં રોમન જેવી ઇન્ડો સાર્સેનિક રિવાઇવલ શૈલીનો પ્રયોગ કર્યો. ઇટાલીથી આવેલા શ્રમિકો ઉપરાંત છેલ્લા તબક્કે કચ્છી મિસ્ત્રીઓ પણ આ ભગીરથ કાર્યમાં જોડાયેલા જેમને સોનાના સિક્કાઓ રૂપે ભથ્થુ ચૂકવાતું. એ સમયે અધધ...રૂ. એકત્રીસ લાખનો ખર્ચ થયેલો. અલબત્ત થોડા વર્ષો પહેલાં જ રિસ્ટોરેશનમાં રૂ. પાંચ કરોડ વપરાયા એ અલગ વાત છે. કચ્છના બન્નીના ક્ષેત્રના 'અંધૌ'ના પીળા રેતિયા પથ્થર અને રાજસ્થાનના ગુલાબી ઝાંયવાળા રેતિયા પથ્થર ઉપરાંત આ રચનામાં ઇટાલિયન માર્બલનું પણ સંયોજન થયું છે. *હમ દિલ દે ચૂકે સનમ* અને *લગાન* જેવી બોલીવુડની પ્રખ્યાત ફીલ્મો અને ઘણી ગુજરાતી ફીલ્મોનું શુટીંગ અહીં થયું છે

પ્રાગ મહેલ એ <u>ભારત</u> દેશના <u>ગુજરાત</u> રાજ્યના <u>કચ્છ</u> <u>જિલ્લાનાભુજ</u> શહેરમાં આવેલો ૧૯મી સદીમાં બંધાયેલો એક મહેલ છે. આના બાંધકામની શરૂઆત રાવ પ્રાગમલજી (ત્રીજા)એ ૧૮૬૫માં કરાવી હતી.. આની સંરચના કર્નલ હેનરી સેંટ વીલ્કીન્સ દ્વારા ઈટાલિયન ગોથિક શૈલીમાં કરવામાં આવી હતી. આ મહેલના બાંધકામ માટે ઘણાં ઈટાલિયન કારીગરો તેડાવવામાં આવ્યા હતા. આ કારીગરોને મહેનતાણું સોનાના સિક્કાઓમાં આપવામાં આવતું. મહેલના બાંધકમનો ખર્ચ તે સમયે ૩૧ લાખ રુપિયા આવ્યો અને તેનું બાંધકામ ૧૮૭૯માં ખેંગારજી (ત્રીજા)ના રાજમાં પૂર્ણ થયું. સ્થાનિક કચ્છી કારીગરો પણ આ મહેલનાં બાંધકામમાં શામેલ હતાં.

પ્રાગ મહેલ- દરબારગઢના મુખ્ય દ્વારે ૪૫ ફિટ ઊંચો ક્લોક ટાવર ઘંટા ઘર છે. જેની આન-બાન-શાન જાજરમાન ભવ્ય મહેલની જાણે કે શોભા છે ! ત્યાં જ તોરણિયા નાકા પર બહારના ભાગે ડચ લોકો જેવા પહેરવેશમાં- ટોપીમાં દરવાનો નજરે પડે છે. અઢારમી સદીની અસર એની ઉપર જણાય છે જેની નોંધ ભૂજના રામસિંગ માલમે હૉલેન્ડ મુલાકાત દરમ્યાન લીધી હતી. ઉપરાંત પેલા કુતરા- સસલાના પ્રસંગ આધારિત શિલ્પોની મોટી પેનલ પણ અહીં વિદ્યમાન છે.

પ્રાગ મહેલની અંદર દાખલ થતા જ રેતિયા પથ્થરોથી બનેલી તિલા મેડી જોવા મળે જ્યાં નવા રાજાનો રાજ્યાભિષેક થાય. વળી, કચ્છના અઢાર રાજાઓના માનીતા દેવસ્થાનોને ૧૯૭૦માં આ સ્થળે

ભેળા કરી તેની સ્થાપના કરવામાં આવી છે, જેમાં પણ પૂજા અર્ચના થાય છે. પરિણામે, આયના મહેલ સહિત પ્રાગ મહેલમાં પ્રાચીન સ્થાપત્યોનો મેળો જોવા મળે.

પ્રાગ મહેલની અંદર મુખ્ય હોલમાં ઝળહળતા ઇટાલિયન ઝુમ્મરો અને પ્રાચીન શિલ્પો છે. મૃત પ્રાણીના શરીરમાં મસાલો ભરી, તેને પણ પ્રદર્શિત કરવામાં આવ્યા છે. અલબત્ત 'એન્ટિક' કહી શકાય એવી ભજ્ઞ કલાકૃતિઓ ય અહીં છે. 'હેરિટેજ સાઇટ'નો દરજ્જો મેળવેલો આ મહેલ બે માળનો છે. બન્ને માળે બારી- બારણા અને બાલ્કનીઓમાં ગૉથિક વળાંક અને કમાન ધરાવતું માળખું છે. છલોછલ યુરોપિયન શૈલીના સ્તંભો અને ગીય નકશીકામ સાથે ભારતીય જાળીકામનું સંયોજન આ સંરચનાને અતિ કલાત્મક ઓપ આપે છે. કોતરણીમાંથી યુરોપિયન વનસ્પતિ 'ફ્લોરા એન્ડ ફૌના'ના ઉપનામે ડોકાય છે, તો પ્રાણીઓના ચહેરા, ઊભા- આડા વળાંકોયુક્ત વેલ ફૂલપત્તીની ગોઠવણી ગુચ્છ સ્વરૂપે ફૂલદાનીમાં પરિવર્તિત થાય છે. પ્રાણીઓની હારની હાર સાથે સ્તંભ પોતે એક વૃક્ષ બની જતો ભાસે છે.

'આર્કિટેક્ચરલ વંડર' ગણાતું આ બાંધકામ જાણે કે ઇટાલિયન કલા સાહિત્યમાંથી ઉતરી આવેલું એક અવતરણ છે. પ્રાગ મહેલ દરબારગઢ એક સંયુક્ત સ્થાપત્ય નજરાણું એટલા માટે છે કે કલારસિકો ભૂગોળની મર્યાદા ભૂલી જઈ માત્ર રસઝરણમાં ડૂબકી મારે છે. ગઢમાં નાનકા સ્તંભોનો ઠાઠ જુઓ ! પહોળા- ત્રેવડા સ્તંભો પાટલે ઊભા રહી માથે માનવાકૃતિને ઝીલે ! સોનેરી કિનારી અને કમાનો, ફૂલજાળી, ટેકો મદલનો અને છતમાં ય ભૌમિતિક ભાત. છોમાં પાછી ચાઇના મોઝેકની ભૌમિતિક શૈલી ! પ્રવેશતાં જ ગોળ થાંભલા, જુદા જુદા લેવલ- પગથિયા, જૂના ફર્નિયર, છત પર ફૂલવાડી, ડાઇનિંગ- ડ્રેસિંગ ટેબલ સીસમના સૌને આવકારો મીઠો આપે. છાપરા પરના વાંછોટિયા અને કમાનોની નીચે લટકતા નાજુક ટોડલા સજાવટમાં મકાઈ ડુંડા કે દ્રાક્ષના ઝૂમખા અને કૂંજા જેવી ડિઝાઇન દેવી- દેવતા અને માનવાકૃતિઓ પણ ખરા. કોતરણીમાં વળિયા અને પુષ્પોને ગોઠવ્યા હોય નિશાન. ડંકાના આકારમાં 'કોરિન્થિયન' સ્તંભોની તો વાત જ નિરાલી ! ગ્રીસના નગર 'કોરિન્થ'ની પદ્ધતિએ ઊંચી ગુણવત્તાવાળું સુશોભિત ગ્રીક સ્થાપત્ય કોતરણીયુક્ત અને શિર પર

મથોટી-પાંદડાના મુગટની ડિઝાઇન. તો ચાલો પ્રાગમહેલના કલાત્મક ઝરુખા આપણી રાહ જુએ છે ! આમ ખરેખર કચ્છ નહીં દેખા તો કુછ નહિ દેખા.

સંદર્ભ : વિકિપીડિયા , રસવલ્લરી-સુધા ભટ્ટ, કચ્છ ના ઇતિહાસ વિદ શ્રી પ્રમોદભાઈ જેઠી ની વાતચીત નાઆધારે,

3

કચ્છનાં દેવી મંદિરો

મિત્રો પાછો વિશ્વ માં કચ્છ નો પ્રખ્યાત રણોત્સવ આવે છે અને કચ્છ નહિ દેખા તો કુછ નહિ દેખા એટલે આ વખતે મેં વિવિધ માહિતી આધારિત અને કચ્છ આવતા પ્રવાસીઓ ને ઉપયોગી માહિતી મળે તે માટે એક કચ્છ ના વિવિધ જોવાલાયક દેવી ના મંદિરો ઉપર લેખ લખ્યો છે , આ માત્ર માહિતી આધારિત લેખ છે મેં વિવિધ સંદર્ભો નો ઉપયોગ કરીને માહિતી આપવાનો પ્રયાસ કર્યો છે આશા છે કે આપને પસંદ આવશે.

મિત્રો આ વખતે કોરોના ના ૨ વર્ષ પછી લોકો કોઈ પણ જાતના ભય વગર અને હા બહુ સેવા કેમ્પ વગર પણ પગપાળા માતાના મઢ ગયા તે એક ચમત્કાર છે.. મુંબઈથી કચ્છના માતાના મઢ સુધીનું અંતર લગભગ ૯૫૦ કિલોમીટર થાય છે! તો પણ ઘણા સાઇકલ ઉપર અને પગપાળા આવે છે, મને યાદ છે કે મુંબઈ થી દર વખતે સાઇકલ ઉપર નીકળતા શ્રદ્ધાળુઓ ની વાત પ્રખ્યાત ટીવી સીરીઅલ તારક મહેતા કે ઉલ્ટા ચશ્માં માં આવી હતી .પણ શ્રદ્ધાને સીમાડા હોતા નથી. ચાર-પાંચ દાયકા પહેલાં માત્ર છૂટાંછવાયાં જૂથો નીકળતાં અને કોઈ જ સગવડ વિના જ્યારે ભુજથી નીકળે ત્યારે માતાના મઢ પહોંચતાં ચાર દિવસ લાગતા. હવે સગવડોનું પ્રમાણ પણ વધતાં ભુજથી જનારા ૯૫ કિલોમીટરનું અંતર માત્ર ૧૨-૧૮ કલાકમાં કાપી લે છે. કચ્છના અનેક ડોક્ટરો અને વ્યવસાયીઓ શનિ-રવિની રજાનો લાભ લઈને

પણ પગપાળા જાય છે. આજે આ પદયાત્રીઓની સંખ્યા હવે ચાર લાખના આંકને પણ વટાવી ગઈ છે. આ પદયાત્રીઓની સેવા માટે છેક મોરબીથી માતાના મઢ સુધી એક અંદાજ મુજબ ૫૦૦થી વધુ સેવા કેમ્પો હોય છે પણ આ વખતે કોરોના ને કારણે સેવા કેમ્પ ની મનાઈ હતી, આ સેવા કેમ્પોમાં ચા-પાણી, નાસ્તાથી માંડીને બન્ને ટાઇમ ભોજનની વ્યવસ્થા તો હોય જ ઉપરાંત થાકી જતા કે પગે સોજા ચડતા હોય તેવા પદયાત્રીઓને માલિશ, ફિઝિયોથેરપીથી માંડી તમામ તબીબી સારવાર પણ દરેક કેમ્પમાં ઉપલબ્ધ હોય છે. પાંચેક દાયકા પહેલાં ચા તો ઠીક પાણી પણ ઘરેથી સાથે લઈ જતા પદયાત્રીઓને હવે સેવા કેમ્પમાં પાંઉભાજી, પીત્ઝા, ફ્રૂટ, નાળિયેરપાણી બધું જ મફત સેવાભાવીઓ પૂરું પાડતા હતા. આરામ કરવાની પણ સુવિધા મળે છે. મિત્રો આવખતે કોરોના ના ૨ વર્ષ પછી લોકો કોઈ પણ જાતના ભાવ વગર અને હા બહુ સેવા કેમ્પ વગર પણ પગપાળા માતાના મઢ ગયા તે એક ચમત્કાર છે ૧૯૭૧ના ભારત-પાકિસ્તાનના યુદ્ધ વખતે ભુજમાં અસંખ્ય બોમ્બમારો પાકિસ્તાને કર્યો હતો. ભુજની એરફોર્સ સ્થિત હવાઇપટ્ટી પર અનેક બોમ્બ પડ્યા હતા, પણ કોઈ પણ કચ્છવાસીને ઊની આંચ પણ આવી નહોતી. એ સમયે કચ્છીઓએ પૂરી આસ્થા સાથે માન્યું હતું કે કચ્છની રક્ષા કરવા મા આશાપુરા સરહદે હાજરાહજૂર હતાં. અનેક આસ્થા અને માનેલી માનતા પૂર્ણ થતી હોવાનું આજે પણ લોકોમાં દૃઢ હોવાથી દર વર્ષે પદયાત્રીઓની સંખ્યા વધતી જ જાય છે. કચ્છની પરંપરા રહી છે કે ભુજના આશાપુરાના મંદિરેથી જાતર લઈ દર્શન કરી કચ્છના રાજવી આસો સુદ સાતમના દિવસે માતાના મઢ જવા નીકળે છે. સાતમની રાત્રે માતાના મઢ મંદિરમાં એ જાતર ચડાવે છે. આ રસમ ખરેખર જોવા જેવી હોય છે. આ સમયે માતાના મઢ પ્રાંગણમાં હૈયેહૈયું દળાય એટલી હકડેઠઠ ભીડ હોય છે. રાજવી જાતર ચડાવી નતમસ્તકે મા સામે પ્રાર્થના કરી કચ્છ અને કચ્છી પ્રજાની રક્ષા અને સમૃદ્ધિ માગે છે અને એ સમયે માતાજીની મૂર્તિ ઉપરથી ફૂલ તેમના ધરેલા ખોળામાં પડે છે. આ દૃશ્ય દરેકે જોયું પણ છે. સાતમના મોડી રાત્રે માતાના મઢમાં હવન પૂરો થાય એ પછી આઠમની સવારે ભુજના આશાપુરાના મંદિરે હવન થાય છે. અને ત્યાર બાદ જ નવરાત્રિના ઉપવાસ પૂરા કરાય છે.

શ્રદ્ધા કચ્છવાસીઓમાં એટલી અજોડ છે કે ચૈત્ર મહિનામાં ભારે તાપ વચ્ચે પણ પગપાળા જનારા અનેક હોય છે. જોકે અશ્વિન નવરાત્રિમાં આ સંખ્યા લગભગ કચ્છની અડધી વસ્તી જેટલી પહોંચે છે. સેવા કૅમ્પો માટે મોંમાગ્યું દાન પણ આપવા લોકો આતુર હોય છે. આ વર્ષે કચ્છમાં પણ વરસાદ ખૂબ થયો છે.

મા આશાપુરાના પ્રાગટ્ય વિશે એવી પ્રચલિત કથા છે કે અંદાજે દોઢ હજારથી પણ વધારે વર્ષો પહેલાં દેવચંદ નામનો વણિક અને મારવાડનો રહીશ તેની પોઠ સાથે કચ્છની ધરતી પર ઊતરી આવ્યો હતો. આસો મહિનાની નવરાત્રિનો સમય હતો અને એ વણિક ફરતો-ફરતો હાલમાં જ્યાં સ્થાનક છે ત્યાં એ વખતે નહોતું પહોંચ્યો. દેવચંદને એ સ્થળ અમસ્તું પણ શાંતિદાયક લાગ્યું. તે ત્યાં રોકાઈ ગયો અને માતાજીનું નિયમિત ધ્યાન ધરવા લાગ્યો. એ પૂજા-આરતી પણ નિયમિત કરતો હતો. તેને ત્યાં શેર માટીની ખોટ હતી એથી મા જગદંબાને એ માટે હંમેશાં પ્રાર્થના કરતો રહેતો.

'ભીડ ભાંગી ભક્તો કેરી, મા આશિષ દેવા આવી...'

ભાંગતી રાતે એક બનાવ બન્યો. માતાજીએ દેવચંદને સપનામાં આવીને દર્શન આપ્યાં અને કહ્યું કે 'જે સ્થળે તેં નવરાત્રિ-પૂજન માટે મારું આસન સ્થાપ્યું છે એ સ્થળે તું મારું મંદિર બંધાવ અને મંદિર બંધાઈ ગયા પછી ૬ મહિના સુધી એના દરવાજા બંધ રાખજે. બરાબર ૬ મહિને હું એ મંદિરમાં પ્રગટ થઈશ, તારી મનોકામના પૂર્ણ કરીશ.'

દેવચંદ સફાળો જાગી ગયો અને જોયું તો પોતાના માથા પાસે એક ચૂંદડી અને નાળિયેર પડ્યાં હતાં. સપનામાં મળેલા દેવીના આદેશનું એ પ્રત્યક્ષ પ્રમાણ મળ્યું! તે એકદમ ગદ્ગદિત થઈ ગયો. તેણે તેઅ સ્થળે જ માતાજીનું મંદિર બંધાવ્યું અને માતાજીના પ્રાગટ્યનાં દર્શન કરવા ઉત્સુક બની ગયો.

માતાજીની આણ હોવા છતાં દેવચંદનું અસંયમિત બનેલું હૈયું ધીરજ ન રાખી શક્યું. મંદિર બંધાવ્યાને હજી પાંચ મહિના જ થયા હતા ત્યારે એક સાંજે આરતી ટાણે બંધ દરવાજા પાછળથી નૂપુરના ઝંકાર દેવચંદને સંભળાયા. કેટલાય તર્ક-વિતર્ક કર્યા, મનને સમજાવવાના પ્રયાસ કર્યા, પણ જગદંબાના પ્રાગટ્યને નીરખવા ઘેલા બનેલા તેના હૃદયે તેને સાથ ન આપ્યો. દેવચંદે દરવાજા ખોલી નાખ્યા! દૈવી ગાન

અને નુપુરના અવાજો બધું જ અલોપ થઈ ગયું. ડરનો માર્યો દેવચંદ નમેલી પાંપણ પણ ઊંચી નહોતો કરી શકતો. હવે તેને દેવીના કોપનો ભય લાગવા માંડ્યો હતો. તેણે ગદ્ગદ કંઠે જગદંબાની સ્તુતિ શરૂ કરી....

'મત્સમાપાતકીનાસ્તિ, પાપઘ્નીત્વત્સમાંનહીં,
એવમજ્ઞાત્વામહાદેવી, યથાયોગ્યમતથાકુરુ.'

દેવીની ક્ષમાપના કરીને દેવચંદ ભારે હૈયે કંઈક હળવી થયેલી પાંપણો ઊંચકે છે ત્યાં તો, દેવીની પ્રચંડ અને ભવ્ય પ્રતિમાનાં દર્શન થયાં! તે જોગમાયાનાં ચરણોમાં ઢળી પડ્યો! પણ માનાં ચરણ ક્યાં? આપેલી અવધિ પહેલાં દેવળનાં ભૂંગળ ખોલી નાખવા બદલ માતાજીની ક્ષમા માગતાં તેની આંખમાંથી અશ્રુધારા વહેવા લાગી હતી.

'તારી અધીરાઈને કારણે મારા પ્રગટેલા સ્વરૂપમાં ચરણોનું પ્રાગટ્ય અધૂરું રહી ગયું, પણ હું તારી ભક્તિભાવનાથી પ્રસન્ન છું! વરમ બુહિ!' જગદંબા આશાપુરાએ દેવચંદ પર પ્રસન્ન થઈ વરદાન માગવાનું કહ્યું. દેવચંદે માગેલા વરદાન પછી તેને ત્યાં પુત્રનો જન્મ થયો! ત્યાર પછી દેવચંદ માતાજીના સાંનિધ્યમાં જ વસી ગયો.

કચ્છનાં કુળદેવી કરુણામયી મા જગદંબા આશાપુરાના પ્રાગટ્ય વિશે ગવાતી, લખાયેલી અને લોકસ્વીકૃત માન્યતા આ જ પ્રવર્તે છે. ક્યાંક એવો પણ ઉલ્લેખ જોવા મળે છે કે ૧૦૦૦થી વધારે વર્ષો પહેલાં જામ ફુલેએ એ મંદિર બંધાવ્યું છે. વળી એક એવી પણ માન્યતા પ્રચલિત છે કે કાપડિયાઓના મૂળ પુરુષ વિ. સં. ૬૧૧માં મઢ આવ્યા હતા ત્યારે દેવી આશાપુરાને તેમની સાથે લાવ્યા હતા! આજે પણ માતાજીની પૂજા કરનારા કાપડી જ છે, પરંતુ લોકોને તો દેવચંદવાળી શ્રદ્ધાથી છલકતી માન્યતા જ મંજૂર છે અને એનાં પ્રમાણ પણ ઘણાં મળી રહે છે.

કચ્છના કવિ અને માતાજીના ભક્ત માધવ જોષીએ તેમના 'જય મા આશાપુરા' પુસ્તકમાં સ્કંદપુરાણના તૃતીય બ્રહ્મખંડના ધર્મારણ્ય ખંડના નવમા અધ્યાયના આઠમા શ્લોકનો હવાલો આપ્યો છે એ દેવીના સ્વરૂપને સમર્થન આપે છે.

શ્રીમાતાતારણીદેવી, આશાપુરીઅગૌત્રપા,
ઇચ્છાર્તેનાશિનીચૈવ, પિપ્પલીવિકાક્ષા.

ધર્મારણ્ય ક્ષેત્રનાં અધિષ્ઠાત્રી દેવી તરીકે બ્રાહ્મણોએ આશાપુરાની સ્થાપના કરી હોવાનું એમાં વર્ણન છે. કહેવાય છે કે ગુપ્તવાસ દરમ્યાન સુખરૂપ રહેવા માટે પાંડવપત્ની સતી દ્રૌપદીએ પણ મા આશાપુરાની માનતા માની હતી. એક ઐતિહાસિક કથા પ્રમાણે જ્યારે જામ હમીરજીને જામ રાવળે કપટપૂર્વક મારી નાખ્યા ત્યારે હમીરજીના બન્ને પુત્રો ખેંગારજી અને સાહેબજીની રક્ષા મા આશાપુરાએ કરી હતી અને એ ખેંગારજી એટલે જાડેજા વંશના પહેલા રાજા ખેંગારજી! મા આશાપુરાના પરચા તો ઘેર-ઘેર સાંભળવા મળશે. કચ્છ પ્રદેશ તો આઇ આશાપુરાનો ઋણી જ રહેશે.

ભુજ શહેરથી ૧૦૦ કિલોમીટરના અંતરે આવેલું કચ્છ દેશની કુળદેવી મા આશાપુરાનું શક્તિધામ માઈભક્તો માટે અતિપાવન છે. પશ્ચિમ કચ્છમાં લખપત, અબડાસા અને નખત્રાણા તાલુકાઓના ત્રિભેટે નાના-નાના પર્વતો અને મનોહર વૃક્ષોવાળી ખીણમાં, રમ્ય પ્રાકૃતિક સ્થળે મા આશાપુરા પૂર્વાભિમુખે બિરાજે છે. આદમકદથી ઊંચી, એટલી જ પહોળી, ચરણોના પ્રાગટ્ય વિનાની શિલામાં આશાપુરાનું સ્વરૂપ અદ્ભુત છે. માતાના મઢમાં અન્ય મંદિરોમાં હિંગલાજ માનું મંદિર, ખટલા ભવાનીનું મંદિર, જાગોરાનું મંદિર પણ દર્શનીય છે. અહીં આવનાર ભક્તને માતાના ખોળા સમાન શાંતિ મળે છે. આ શક્તિપીઠ કચ્છનું સૌથી મોટું ગણાય છે.

ભુજથી ૬૬ કિલોમીટર દૂર અંજાર તાલુકાના સંઘડ ગામ નજીક જોગણી નારનું પ્રાચીન અને પવિત્ર સ્થળ આવેલું છે. દંતકથા મુજબ ચારણકુળમાં જન્મેલાં માતા વરુડીએ જૂનાગઢના રા નવઘણને સંકટ સમયે સહાય કરી હતી. રા નવઘણે પોતાની બહેન જાહલને બચાવવા સિંધના સુમરા પર ચડાઈ કરી ત્યારે તેની મદદે માતા વરુડી આવ્યાં હતાં અને જોગણી નાર પાસે વિસામો લીધો હતો. એ જગ્યાએ માતા જોગણી નારની સ્થાપના થતાં એ સ્થળ વિખ્યાત બન્યું છે.

વાગડમાં રાપર શહેરથી ૧૫ કિલોમીટરના અંતરે અને ભુજથી ૧૭૫ કિલોમીટર દૂર માતા રવેચીનું સ્થાનક પણ અત્યંત પ્રાચીન છે. અહીં એક જ મંદિરમાં મોમાયમાતા, મા આશાપુરા, અંબાજી અને રવેચીમાતા મળી પાંચ શક્તિઓનાં દર્શનનો અનેરો લાભ મળતાં ભક્તોનાં હૃદય ઝૂમી ઊઠે છે. અહીં નકલંકી અવતારની અશ્વારોહી

પ્રતિમા પણ પ્રસ્થાપિત છે. રવેચીમાતા ઘણી જ્ઞાતિઓનાં કુળદેવી તરીકે પણ પૂજાય છે.

રાપરની બાજુમાં જ મોમાયમોરા ગામ છે. મોમાય માતાજીનું મુખ્ય સ્થાનક મોમાયમોરા ગણાય છે. 'સ્મરણ કરું મોમાય મા તમારું' એમ સ્મરીને ભક્તો હંમેશાં તેમને યાદ કરતા રહે છે. એ એક શક્તિપીઠ છે અને કચ્છ-સૌરાષ્ટ્રના માઈભક્તો માટે એ પાવન સ્થળ છે. દંતકથા પ્રમાણે સૌરાષ્ટ્રના ચંદ્રવંશી જાડેજાનાં કેટલાંક કુટુંબો સ્થળાંતર કરીને કચ્છ તરફ આવવા નીકળ્યાં હતાં, ત્યારે નાના રણમાં પાણીના અભાવે તરસથી તરફડવા લાગ્યા હતા. એ વખતે સાંઢણી સવારરૂપે માતાજીએ તેમને સહાય કરી હતી અને એ પરિવારોને ઉગારી લીધા હતા. આ જાડેજા પરિવારોને માતાજીએ આપેલા સંકેત મુજબ સાંઢણીનાં પગનાં નિશાન જે દિશામાં જતાં હતાં એ માર્ગે એ વખતના મોરા ગામે એક ટીંબો આવ્યો. આ ટીંબા પર માતાજીની મૂર્તિ, ચૂંદડી, શ્રીફળ, કંકુ, ત્રિશૂળ વગેરે શક્તિનાં પ્રતીકો તેમને જોવા મળ્યાં એથી એ જાડેજા પરિવારોએ ત્યાં માતાજીનું સ્થાનક બનાવ્યું. આજે પણ કચ્છમાં મહામાયા મોમાયમા ઘણા જાડેજા પરિવારોમાં મા કુળદેવી તરીકે પૂજાય છે. માંડવી તાલુકામાં પણ મોમાયમોરા ગામ છે અને ત્યાં પણ માતાજીનું મંદિર છે. માંડવી તાલુકામાં રાજડા ટેકરી પર આશાપુરા, રવેચીમાતા અને મોમાય માતાજીનાં મંદિરો આવેલાં છે. એ શ્રદ્ધાનાં સ્થાનકો સંત શ્રી મિશ્રીનાથજીએ બંધાવ્યાં છે.

નખત્રાણા તાલુકાના નેત્રા ગામે જોગમાયાનું મંદિર છે. તાલુકા મથકથી ૨૫ અને ભુજથી ૭૫ કિલોમીટરના અંતરે નેત્રા ગામની એક ટેકરી પર એ મંદિર આવેલું છે. કચ્છમાં માતાજીનાં મંદિરોમાં આશાપુરા, રવેચીમાતા, રુદ્રમાતા, જોગણી નાર, મોમાયમાતા અને આ નેત્રા ગામે આવેલું જોગમાયાનું મંદિર 'કચ્છની શક્તિપીઠો' તરીકે જાણીતાં સ્થળ છે. કહેવાય છે કે માતાના મઢમાં મહિષાસુર નામના રાક્ષસનો ત્રાસ વધતાં મા આશાપુરા તેનો સંહાર કરવા તેની પાછળ પડ્યાં હતાં, પણ એ રાક્ષસ નેત્રા ગામની સીમમાં આવેલા એક તળાવમાં છુપાઈ જતાં માતાજીએ ત્યાં આવેલી ઊંચી ટેકરી પરથી 'યોગશક્તિ'ના પ્રહારથી તેનો સંહાર કર્યો હતો. એટલે જ કહેવાય છે કે આફતમાંથી ઉગારે એ આશાપુરા, દુનિયાના ભોગવિલાસમાંથી યોગ

સાધનામાં લઈ જાય એ જોગમાયા!

માંડવી તાલુકાના ગઢશીશા ગામમાં મા અંબાનાં બેસણાં છે. ધાર્મિક દૃષ્ટિએ ગામના કિલ્લાવાસની અંદર મા અંબાજીનું મંદિર અંદાજે ૫૦૦ વર્ષ જૂનું છે. એક સમયે એ વિદ્વાનોના ગામ તરીકે અને છોટા કાશી તરીકે ઓળખાતું હતું. અહીં રાજ-રાજેશ્વરી રાજબાઈ માતાજીનું પણ સ્થાનક છે.

ગઢશીશાથી થોડે દૂર ગોધરા ગામમાં પણ એક ભવ્ય અને દર્શનીય અંબાજી ધામનું નિર્માણ થયું છે. એ જ રીતે લુડવા ગામમાં પણ અંબાજીનું મંદિર છે.

વાંઢાયમાં અડધી સદી પહેલાં સંત શ્રી ઓધવરામજીની પ્રેરણાથી જગદંબા ઉમિયાનું અદ્ભુત મંદિર બાંધવામાં આવ્યું છે. માતાજીના મંદિરના પ્રાંગણમાં એ પવિત્ર સ્થાન પર સાધના કરનાર બ્રહ્મનિષ્ઠ સંત શ્રી ઈશ્વરરામજી મહારાજનો ખંડ અને એમાં તેમનો ઢોલિયો દર્શનાર્થે મૂકવામાં આવ્યો છે. ત્યાં જ મંદિરના પ્રેરણાદાતા પ.પૂ. સંત શ્રી ઓધવરામજી મહારાજ અને તેમના ગુરુ લાલરામજી મહારાજનું દર્શન-મંદિર બનાવીને પ્રતિમાની સ્થાપના કરવામાં આવી છે.

મા ઉમિયા કચ્છના કડવા પાટીદાર અને સુમરી રોહ તેમ જ વાડાપધરના વ્યાસ અટક ધરાવતા ઔદીચ્ય બ્રાહ્મણોનાં કુળદેવી છે. રોહામાં વ્યાસ પરિવારોએ ઉમિયા માતાજીનું સુંદર સ્થાનક પણ બંધાવ્યું છે.

આમ કચ્છ માં રણ સીવાય પણ જોવાય લાયક અનેક પ્રાચીન મંદિર પણ છે તે પણ જોવા જાજો આવી એક કચ્છી તરીકે મારી અપીલ છે, હા એક વાત નું દયાન રાખજો કે ધાર્મિક ભાવના અને પરંપરા નું દયાન રાખજો અને સ્વચ્છતાનું પાલન કરજો.

સંદર્ભ :વિકિપીડિયા , વિવિધ અખબારી અહેવાલો અને વિવિધ કચ્છી લેખકો ના બ્લોગ અને લેખ આધારિત માહિતી

4

વિદેશી પક્ષીઓ કચ્છમાં

મિત્રો રણોત્સવ ની અને શિયાળા ની મજા વચ્ચે વિદેશથી શિયાળો ગાળવા માટે આવતા પક્ષીઓના કારણે કચ્છ પ્રદેશ જાણીતો છે. ગુજરાતના રાજ્યપક્ષી એવા સુરખાબની તો જાણે કે અહી નગરી હોય તેમ હજારોની સંખ્યામાં જોવા મળે છે! આખા એશિયામાં એકમાત્ર અહી આટલી સંખ્યામાં સુરખાબ આવે છે. આ ઉપરાંત કુંજ, પેલીકન, વિવિધ જાતના બાજ, ૨૩ થી વધુ જાતના બતક અને બાગ-બગીચાના લાખો વિદેશી પક્ષીઓ શિયાળામાં કચ્છમાં આવે છે. હવે ઉનાળાનો પગરવ શરૂ થતા જ આ વિદેશી મહેમાનોને પોતાનું 'ઘર સાંભળ્યું' છે. માટે હવે તેની વિદાય શરૂ થઈ ગઈ છે. આ માહિતી આધારીત લેખ છે, મેં માત્ર માહિતી આપી છે વિવિધ સંદર્ભો નો ઉપયોગ કરીને જેની નોંધ લેવા વિનંતી છે

સપાટ જમીનનો ઉંચા-નીચા ઢોળાવ વાળો વિશાળ પ્રદેશ ધરાવતા કચ્છમાં વરસાદ વરસ્યા બાદ અનેક વિસ્તારો બેટમાં ફેરવાઈ જાય છે. પક્ષીઓ માટે સલામત આશ્રય સ્થાન અને ખોરાકની પુરતી જોગવાઈવાળા બની જતા આવા નાના-મોટા સેંકડો બેટમાં દર વર્ષે વિદેશમાંથી લાખો પક્ષીઓ શિયાળો ગાળવા આવે છે. સાઈબેરીયાથી હિમાલય સુધી શિયાળામાં તીવ્ર ઠંડી હોય છે. અમુક

વિસ્તારોમાં તો માઈનસ ૪૦ ડિગ્રી સુધી તાપમાન જતું રહે છે. આ સ્થિતિમાં પક્ષીઓ માટે ખોરાક મેળવવાથી માંડી પોતાનું અસ્તિત્વ ટકાવી રાખવું મુશ્કેલ બને છે.

પરિણામે જૂલાઈ મહિનાના પ્રારંભ સાથે જ સુરખાબ, કુંજ, પેલીકન જેવા જાણીતા અને અજાણ્યા લાખો પક્ષીઓ ધીમે ધીમે કચ્છમાં આવવા માંડે છે. આ પક્ષીઓ સામાન્ય રીતે મધ્યમ ઠંડા વાતાવરણમાં રહેવા ટેવાયેલા હોય છે. શિયાળાની તીવ્ર ઠંડી જેમ સહન કરી શકતા નથી તેમ ઉનાળાનો આકરો તાપ પણ આ પક્ષીઓ માટે અસહ્ય થઈ પડે છે. ગુજરાતમાં ધીમે ધીમે વાતાવરણમાં ગરમી અનુભવાઈ રહી છે. જેને લઈને ફેબ્રુઆરીના અંતથી વિદેશી પક્ષીઓ વિદાય લેવા માંડ્યા છે.

કચ્છના પક્ષીવિદ્ નવીન બાપટના જણાવ્યા અનુસાર આખો શિયાળો અહી પુરતો ખોરાક મેળવીને પક્ષીઓ ભરાવદાર બની ગયા હોય છે. રૂપાળા પણ બની જાય છે. તથા શરીરમાં પુરતી ઉર્જા ભરી લે છે. પોતાના વતન સુધી પહોંચવામાં પક્ષીઓને આ ઉર્જા ખુબ કામ લાગે છે. સુંદર બની ગયેલા પક્ષીઓ માટે હવે પ્રણયની મોસમ શરૂ થવામાં છે. નર અને માદા વચ્ચેનું કુદરતી આકર્ષણ જાગે છે. વતનમાં સંવનન બાદ માદા ઈંડા મુકી બચ્ચાઓને ઉછેર કરે છે. ઉનાળામાં આ કુદરતી પ્રકીયા અનુસર્યા બાદ ચોમાસાના અંત અને શિયાળાના પ્રારંભ સાથે જ ફરી વખત આ પક્ષીઓ કચ્છનો કેડો પકડે છે.

અમુક પક્ષીઓ ટોળામાં સાથે મળીને જાય છે જ્યારે અમુક પક્ષીઓ એકલ-દોકલ મુસાફરી કરે છે. પક્ષીઓની વિદાય અંગે વધુ પ્રકાશ પાડતા તેઓ કહે છે કે, નાના પક્ષીઓ સામાન્ય રીતે રાત્રિના સમયની મુસાફરી પસંદ કરે છે. જ્યારે ખંડ બદલતા પક્ષીઓ દરિયાઈ કે રણના માર્ગને પસંદ કરે છે. જેથી હજારો કિ.મી.નું અંતર કોઈ અવરોધ વગર સરળતાથી પસાર કરી શકાય. અલબત, કચ્છમાં આ વખતે અછતનું વરસ હોવાથી ઓછા પક્ષીઓ આવ્યા છે. પરંતુ આવેલા પક્ષીઓ હવે પરત ફરવા માંડ્યા છે.શા માટે વિદેશી પક્ષીઓ અહી આવે છે?શિયાળામાં વતનમાં તીવ્ર ઠંડી પડવાના કારણે,ખોરાક પર બરફ છવાઈ જવાના લીધે,ઠંડી ઋતુંમાં દિવસો ટુંકા થઈ જતા,શા માટે વિદેશી પક્ષીઓ અહીથી પરત જાય છે?

વસંતના વાયરા વાય એટલે(પ્રયણની મોસમ આવતા),પક્ષીઓની આંતરિક ગ્રંથીઓનો વિકાસ થઈ જતા,પુરતું પોષણ મેળવી શરીર સક્ષમ બની જતા,આ દેશમાંથી પક્ષીઓ આવે છેરશિયા,પૂર્વ યુરોપ,આફ્રિકા,ઓસ્ટ્રેલિયા,અફઘાનિસ્તાન,ચીન,નેપાળ,તિબેટભારતમાં સહુથી નાનું અભ્યારણ્ય તરિકે જેની ગણના કરી શકાય તે કચ્છ ગ્રેટ ઇન્ડિયન બસ્ટાર્ડ અભયારણ્ય છે. જે કચ્છ જીલ્લાના નળિયા ખાતે આવેલું છે. આ અભ્યારણ્યના નામ પરથી જણાઈ આવે છે કે અહિ ગ્રેટ ઈન્ડિયન બસ્ટાર્ડ એટલે કે ખુબ ઝડપી ગતિથી દોડતું પક્ષી જેને સ્થાનિક ભાષામાં ઘોડાર કહે છે. તેનો વિસ્તાર છે. ઈન્ડિયન બસ્ટાર્ડ પક્ષીઓનું ભારતમાં આ બીજું મોટું અભયારણ્ય છે. સૌથી મોટું બસ્ટાર્ડ પક્ષીઓનું પ્રથમ નંબરનું અભયારણ્ય પડોશી રાજય રાજસ્થાનનું ડેઝર્ટ નેશનલ પાર્ક છે.

વાતાવરણ સાથે અનુકૂલન સાધવાની પક્ષીઓની ક્ષમતા માનવામાં ન આવે એવી હોય છે. તાપમાનમાં પાંચ-સાત ડિગ્રીનો ફરક પડે તો આપણે માણસો અકળાઈ જઈએ છીએ. પરંતુ ગુજરાતનું રાજ્યપક્ષી સુરખાબ (- અને +) ૪૦ ડિગ્રી તાપમાનમાં પણ બચ્ચા ઉછેરી શકે છે! આર્જેન્ટીના અને ચીલી જેવા પ્રદેશોમાં માઈનસ ૪૦ ડિગ્રી તાપમાન હોય છે. ચીલીમાં એન્ડિસ પર્વત પર સુરખાબ કાયમી વસવાટ કરે છે. જ્યારે ભારતમાં (પ્લસ)૪૦ ડિગ્રી જેટલા તાપમાનમાં પણ સુરખાબ બચ્ચાનો ઉછેર કરે છે.

કચ્છના છેવાડાના ગામ ઝુરા પાસે એક પીલુનું નાનકડુ વન આવેલું છે. આશરે એકાદ કિ.મી.માં પથરાયેલા આ વનમાં મસ્કતી લટોરો નામના પક્ષીઓ પોતાના વતનમાં પરત જતી વખતે અહી એકાદ-બે દિવસનો વિરામ કરે છે. સામાન્ય રીતે બે-ચારની સંખ્યામાં જોવા મળતા મસ્કતી લટોરો ચારેક વર્ષ પહેલા અહી ૫૦૦થી વધારે સંખ્યામાં દેખાયા હતા. જે પક્ષી જગતની એક આશ્ચર્યજનક ઘટના છે. ક્ષેત્રફળની દ્રષ્ટિએ વિશાળ એવા કચ્છ (Kutch) જિલ્લામાં દર વર્ષે લાખો યાયાવર પક્ષીઓ (Migrated Birds) મહેમાન બનતા હોય છે. છેલ્લા ચાર વર્ષથી યાયાવર પક્ષીઓની સંખ્યામાં નોંધપાત્ર ઘટાડો જોવા મળ્યો છે. પરંતુ ચાલુ વર્ષે કચ્છ પર મન મૂકીને વરસેલા મેઘાએ

જળાશયો છલોછલ કરી દેતા યાયાવર પક્ષીઓની સંખ્યામાં વધારો જોવા મળશે તેવું પક્ષી એક્સપર્ટસનું કહેવું છે.

છારીઢંઢ (Chhari Dhand) રાજ્યનું પ્રથમ સંરક્ષણ ક્ષેત્ર બન્યું, જે બન્ની (Banni Grassland) અને ભૂજ વચ્ચે આવેલું છે. હાલ આ વિસ્તારમાં 2008માં 82,580 પક્ષીઓની હાજરી નોંધાઈ હતી. ક્ષેત્રફળની દ્રષ્ટિએ વિશાળ એવા કચ્છ (Kutch) જિલ્લામાં દર વર્ષે લાખો યાયાવર પક્ષીઓ (Migrated Birds) મહેમાન બનતા હોય છે. છેલ્લા ચાર વર્ષથી યાયાવર પક્ષીઓની સંખ્યામાં નોંધપાત્ર ઘટાડો જોવા મળ્યો છે. પરંતુ ચાલુ વર્ષે કચ્છ પર મન મૂકીને વરસેલા મેઘાએ જળાશયો છલોછલ કરી દેતા યાયાવર પક્ષીઓની સંખ્યામાં વધારો જોવા મળશે તેવું પક્ષી એક્સપર્ટસનું કહેવું છે.

છારીઢંઢ (Chhari Dhand) રાજ્યનું પ્રથમ સંરક્ષણ ક્ષેત્ર બન્યું, જે બન્ની (Banni Grassland) અને ભૂજ વચ્ચે આવેલું છે. હાલ આ વિસ્તારમાં 2008માં 82,580 પક્ષીઓની હાજરી નોંધાઈ હતી. કચ્છ એક એવો જિલ્લો છે જ્યાં રણ, દરિયો અને જંગલ વિસ્તાર એકસાથે જોવા મળે છે. દર વર્ષે લાખોની સંખ્યામાં વિદેશી પક્ષીઓ કચ્છમાં આવતાં હોય છે. છેલ્લા ચાર વર્ષથી નહિવત વરસાદને કારણે યાયાવર પક્ષીઓની સંખ્યામાં કચ્છમાં ઘટાડો જોવા મળ્યો હતો. પરંતુ ચાલુ વર્ષે સારા એવા વરસાદથી યાયાવર પક્ષીઓએ મોટા પ્રમાણમાં કચ્છમાં આવવાનું શરૂ કરી દીધું છે.

હાલ કચ્છમાં સાઈબેરીયાથી કુંજ નામના પક્ષીઓ મોટી સંખ્યામાં આવી પહોંચ્યા છે. અન્ય પક્ષીઓની વાત કરીએ તો સુરખાબ, પેલિકન, યુરોપિયન રોલર, સમડી, બાજ જેવા યાયાવર પક્ષીઓ પણ કચ્છમાં આવી ગયા છે. પક્ષીવિદ નવીન બાપટ કહે છે કે, ગત વર્ષે નહિવત વરસાદ હોતા જળાશયો સૂકાયા હતા. જેના લીધે રૂપકડા પ્રવાસી પક્ષીઓની સંખ્યામાં ઘટાડો થયો હતો. જ્યારે શિકારી પક્ષીઓનું આગમન મોટા પ્રમાણમાં જોવા મળ્યું હતું. કચ્છમાં છારીઢંઢ અને રણ વિસ્તારમાં પાણી સૂકાતા ઉંદરની સંખ્યામાં વધારો થયો હતો.

જેના લીધે શિકારી પક્ષીઓનું આગમન મોટા પ્રમાણમાં જોવા મળ્યું હતું. પક્ષીવિદ રોનક ગજ્જર કહે છે કે, ગ્રેટ રણ ઓફ કચ્છ એટલે

મોટા રણમાં 7506.22 ચો. કિમી વિસ્તાર સાથે તે રાજ્યનું સૌથી મોટું અભયારણ્ય છે. ફેબ્રુઆરી 1986 માં સંરક્ષિત વિસ્તાર તરીકે આ ક્ષેત્ર જાહેર થયું. એશિયાની એકમાત્ર વિશ્વ પ્રખ્યાત ફ્લેમિંગો સિટી અહી આવેલી છે, જે સુરખાબનું પ્રજનન સ્થાન છે. આ અભયારણ્ય જાહેર કરવા પાછળ મુખ્ય હેતુ સુરખાબના માળાઓના મેદાનને સંરક્ષિત કરવાનો હતો. અહી લાખોની સંખ્યામાં સુરખાબ દર વર્ષે આવે છે. છારીઢંઢ રાજ્યનું પ્રથમ સંરક્ષણ ક્ષેત્ર બન્યું, જે બન્ની અને ભુજ વચ્ચે આવેલું છે. આ વિસ્તારમાં છીછરા તળાવો છે. આ વિસ્તાર પ્રવાસી પક્ષીઓ અને શિકારી પક્ષીઓના માળાઓ અને રહેણાંક માટે અતિ ઉત્તમ છે. આ વિસ્તારમાં 2008માં 82,580 પક્ષીઓની હાજરી નોંધાઈ હતી. વિદેશથી સ્થળાંતરિત કરીને આવતા પ્રવાસી પક્ષીઓનું હાલ કચ્છમાં આગમન શરૂ થઈ ચૂક્યું છે. તો છારીઢંઢ તેમજ વેકારીયાના રણમાં જે રીતે ઘાસ ઊગી નીકળ્યા છે, તેને જોતા યાયાવર પક્ષીઓ શિયાળો ગાળવા લાખોની સંખ્યામાં આવનારા દિવસોમાં કચ્છના મહેમાન બનશે તેવું પક્ષીવિદો માની રહ્યા છે.

સંદર્ભઃ વિકિપીડિયા અને વિવિધ અખબારી અહેવાલો કચ્છી પક્ષીવિદ ના બ્લોગ ના વિચારો

5

આયના મહેલ

મિત્રો ભુજ કચ્છ ની શાન ગણાતા આયના મહેલની વિશે વાત કરશુ તો મજા આવશે . હવે તો ત્યાં ટાવર માં ડંકા પણ વાગે છે અને તેને આખું ભુજ સાંભળે છે અને અતીત ની અટારી માં ડોકિયું કરે છે . .વેકેશન માં ગણા લોકો આ મહેલ ની મુલાકાત લેછે . જૂના ભૂજમાં શહેરની વચ્ચોવચ જ્યાં એક સાંકડા પણ ભવ્ય દરવાજામાંથી અંદર પ્રવેશો કે લગભગ ૨૦૦-૩૦૦ વર્ષ પહેલાંની દુનિયામાં પહોંચી ગયાનો અનુભવ થાય. એક સમયે ભવ્ય દરબાર ગઢ ઈમારત આંખોમાં ચમક જગાવી જાય છે અને એ છે આયના મહેલ. ૨૬મી જાન્યુઆરીના ભૂકંપમાં આ ઈમારતને નુકસાન થયું હોવા છતાંય એની રજવાડી રોનક તો બરકરાર જ છે. ખૂબ સરળ અને સહજ શબ્દોમાં કહેવું હોય તો આયના મહેલ એટલે એવું મહેલ કે જ્યાં ૨૫૦ વર્ષ પહેલાં રજવાડી સપનું સાકાર થયું હોય .

એમ તો આયના મહેલનું નામ જ એની વિશેષતા છતી કરી દે છે. હિંદીમાં આઈના એટલે અરીસો. આયના મહેલમાં પ્રવેશતાવેંત જ તેના નામની સાર્થકતા છતી થઈ જાય છે. મહારાવ લખપતજીએ ઈ. સ. ૧૭૫૦માં નિર્માણ કરેલા આયના મહેલ પર પાશ્ચાત્ય સંસ્કૃતિનો ખાસો એવો પ્રભાવ જોવા મળે છે. આ મહેલના બાંધકામમાં પડદા પાછળની વાત ખૂબ નાની પણ જાણવી ગમે એવી છે. હકીકતમાં રાવ લખપતજી એટલે રાવશ્રી દેશળજીના પુત્ર.

લખપતજી સાહિત્ય, સંગીત, સંસ્કૃત અને વિવિધ કળાના શોખીન અને તેમણે પોતાના સામ્રાજ્યકાળના પ્રારંભથી જ કચ્છને કલા-સંસ્કૃતિ ક્ષેત્રે સધ્ધર બનાવવાનું જાણે કે બીડું ઝડપ્યું. કલાકારોમાં ધરબાયેલી કલાને શોધી કાઢવી અને તેમને ઊંચું પ્લેટફોર્મ આપીને વિશ્વવંદનીય બનાવવાનો જાણે કે શોખ હતો એમને. તેમની આવી જ એક શોધ એટલે રામસિંહ માલમ. હકીકતમાં તોપ બનાવનાર કારીગર તરીકે રામસિંહ માલમે લાંબો સમય સુધી વિદેશ વસવાટ કર્યો હતો.

જોકે વિદેશમાં તેઓ કાચ, લોખંડ, ટાઈલ્સ, મીનાકામ, ચાંદીકામ વગેરેના હુન્નરમાં પ્રાવીણ્ય મેળવીને સ્વદેશ પાછા ફર્યા હતા. જોકે તેમના એ હુન્નરને પારખી શકે એવું કોઈ મળ્યું નહીં. એટલે સુધી કહેવાય છે કે તેમની કલા-કારીગરીને પારખી શકે તેવું કોઈ ના મળતા કરતાં દુભાયેલા રામસિંહ માલમ કચ્છના રાવ લખપતજી પાસે પહોંચ્યા અને ત્યાં જઈને તેમણે પોતાની કલાની પરખ થાય એવા કામની માગણી કરી. રામસિંહ માલમની નિપુણતા પર વિશ્વાસ મૂકીને તેમણે એક ભવ્ય મહેલના નિર્માણની જવાબદારી એમને સોંપી. આશરે ૨૫૦૦ ફૂટ લાંબા આ મહેલના નિર્માણ માટે આજથી ૨૫૦ વર્ષ પહેલાં કેટલા મુંબઈ ગેઝેટિયરની નોંધ પ્રમાણે આયના મહેલના નિર્માણમાં એ સમયે બે લાખ પાઉન્ડ એટલે કે ૮૦ લાખ કોરી (આશરે પચીસ લાખ રૂપિયા) જેટલો ખર્ચ કરવામાં આવ્યો હતો. ભૂજના રોયલ કોમ્પ્લેક્સનો એક ભાગ છે આયના મહેલ.

જે ચોકમાંથી પસાર થઈએ છીએ ત્યાં એક સમયે કચ્છના રાજવી પરિવારના સભ્યો દિવાળીના અવસરે તોપખાનું ફોડતા. અનેક દબદબાભરી દિવાળીઓ જોઈ ચૂકેલા આ ચોકમાંથી પસાર થઈને પહેલો માળ ચડીએ એટલે આવે આયના મહેલમાં દીવાને-આમ, દીવાને-ખાસ, ફુવારાવાળી ખાસ બેઠક વ્યવસ્થા, રાજવી પરિવારજનોના રૂમ અને સૌથી મહત્ત્વનો એટલે આયના હૉલ નિહાળીને મન ખુશ થઈ જાય છે. રૂમની ચારેબાજુ છૂટથી ફરી શકાય એ રીતે લૉબીઓ બનાવવામાં આવી છે. મોગલ કાળની યાદ અપાવી દે એવું પ્રવેશદ્વાર વટાવો એટલે દીવાને-આમ આવે છે.

અહીંનું કાષ્ઠ કોતરકામ મનને મોહી લે છે. જોકે ત્યાર બાદ આવે છે ફુવારાવાળી બેઠક વ્યવસ્થા. આ બેઠક વ્યવસ્થા જોતાંવેંત જ તમને

જકડી લે છે. એક વિશાળ હોજની વચ્ચે એન્જિનિયરિંગ કાબેલિયતને કામે લગાડીને કરવામાં આવેલી ઉત્કૃષ્ટ બેઠક વ્યવસ્થા. હોજની ચારે તરફ પાળીઓ પર મીણબત્તી અને દીવા માટેનાં સ્ટેન્ડ છે. હોજની વચ્ચે બનાવવામાં આવેલી બેઠક વ્યવસ્થાની ચારેબાજુ નાના-નાના કુવારા બનાવવામાં આવ્યા છે. ઉનાળાના દિવસોમાં પણ આ ફૂવારા અને હોજ શીતળતાનો રોમાંચક અનુભવ કરાવે છે.

ધ મોસ્ટ ઈન્ટરેસ્ટિંગ થિંગ ઈઝ કે જમાનામાં તો હોજ સુધી પાણી પહોંચાડવા માટે માટીની પાઈપ બનાવવામાં આવી હતી. જોકે માટીની પાઈપ કદાચ આજની પાઈપલાઈનને મજબૂતીને પણ આંટે એવા હતા. હવે ઉપયોગમાં લેવાતી લોખંડની પાઈપલાઈન આપણે હોજની બાજુમાં જોઈ શકીએ છીએ. ફુવારા સુધી પાણી લાવવા માટે આયના મહેલથી આશરે ૧,૦૦૦ ફૂટ દૂર ઊંચી ટાંકી બનાવવામાં આવી હતી. આ ટાંકીની નીચે કોઠાવાવ નામે કૂવો છે. કૂવાનું પાણી રેંટ મારફતે ટાંકીમાં અને ટાંકીમાંથી પાઈપલાઈન મારફતે આયના મહેલ સુધી પહોંચે છે.

આ સુંદર મજાના ફૂવારાવાળી બેઠક વ્યવસ્થાનો ઉપયોગ કરવામાં આવતો હતો સંગીતની મહેફિલો માટે. ચારેબાજુ શીતળ અને સુગંધી ફુવારાનું પાણી ઊડતું હોય ત્યારે સંગીતની મહેફિલના સૂરો પણ કેવા જામતા હશે! એવું કહેવાય છે કે રાજાશાહીના જમાનામાં કાળી ચૌદશ અને દિવાળીને દિવસે કચેરી ભરાય ત્યારે રાજા ખુદ અહીં આસન જમાવતા અને સંગીતની મહેફિલનો લુત્ફ ઉઠાવતા. કચ્છમાં કળા અને પાશ્ચાત્ય શૈલીનું આ સુંદર ઉદાહરણ છે! અઢીસો વર્ષ પહેલાં રામસિંહ માલમે વિકસાવેલી ટેક્નોલોજિ અને એનું એન્જિનિયરિંગ નિહાળીને આંખો પહોળી થઈ જાય છે.

ખરેખર, આખો મહેલ ન જોઈએ અને જો માત્ર આ બેઠક નિહાળીએ તોય એમ થાય કે રામસિંહ માલમ પર રાવ લખપતે મૂકેલો વિશ્વાસ તેમણે ખરો પુરવાર કર્યો. આ ફુવારાવાળા ખંડમાંથી બહાર નીકળો એટલે ઘણા ખંડ અને ઘણું બધું નિહાળવાનું છે. ભૂજના એક સુથારે બનાવેલું લાકડાનું પ્રવેશદ્વાર નિહાળો તો મન ખુશ થઈ જાય છે. આ પ્રવેશદ્વારની વિશેષતા એ છે કે એના પર હાથીદાંતની નકશી મૂકવામાં આવી છે. ટેક્નોલોજિના આ યુગમાં પણ કારીગરીનું આવું ઉદાહરણ

તૈયાર કરવું મુશ્કેલ છે, જ્યારે આ તો લગભગ ઈ. સ. ૧૭૦૮માં ભુજના માધવ નામના સુથારે માત્ર ૪૦૦ કોરી એટલે કે આશરે ૧૦૦ રૂપિયાના મહેનતાણામાં તૈયાર કરી આપેલો દરવાજો છે. રામસિંહ માલમે આયના મહેલ બનાવવામાં જે ચીવટતા દાખવી છે એ અનેમાધવ સુથારની મહેનત પર પણ આફરીન પોકારી જવાય! હાલ આયના મહેલ માં કચ્છ ઇતિહાસ ની સમૃદ્ધ લાયબ્રેરી જોવા મળે છે જેનો લ્હાવો લેવા જેવો છે . આમ ખરેખર કચ્છ નહીં દેખા તો કુછ નહિ દેખા .

સંદર્ભ : વિકિપીડિયા , રસવલ્લરી-સુધા ભટ્ટ, કચ્છ ના ઇતિહાસ વિદ શ્રી પ્રમોદભાઈ જેઠી ની વાતચીત નાઆધારે,

6

કમાંગરી ભીંતચિત્રો

મિત્રો , આજે હું કચ્છ ની બહુ જાણીતી અને પ્રખ્યાત લોકકળા ની વાત કરવાનો છું . જે છે 'કચ્છ ની પ્રખ્યાત કમાંગરી કળા" , આવો તેનો ઈ,તિહાસ જોઈએ તો સંસ્કૃત શબ્દ કર્મકાર ઉપરથી આવેલ શબ્દ કમાંગર ફારસી શબ્દ કમાન ની રજુવાત કરે છે અને તેની કચ્છી લોકકળાનો નીચોડ આ કળા ઉપર અનુભવાય છે.

ભીંતચિત્રો ઉપરાંત પોથીચિત્રો, પદ્યચિત્રો તેમજ કાગળ ઉપર પણ ચિત્રો આ જ શૈલીમાં અવતર્યાં છે. કમાંગરી શૈલીમાં લય, રચના, વસ્તુવિચાર, સુઘડતા, રેખાંકન અને પ્રમાણભાન સરાહનીય છે. ઘાટા તેજસ્વી રંગો, ગતિશીલતા અને કચ્છની આગવી ભાત પાડતી ભરતકામ જેવી બુટ્ટીઓ આ ચિત્રોની મુખ્ય ખાસિયતો દર્સાવે છે. કચ્છના ભુજનું મ્યૂઝિયમ અને આયના મહેલ ટ્રસ્ટનો ખજાનો અને શ્રૂજન નૂ મ્યૂઝિયમ આ કચ્છની કમાંગરી ચિત્રકળા ને ઉજાગર કરવાની ભારે જહેમત ઉઠાવે છે. જે એક સહારનિય બાબત છે. વિષય વૈવિધ્ય, વિશિષ્ટ વળાંકો, બોલકા મુખભાવ અને કમાંગરોની ઝીણું કાંતવાની વૃત્તિ એમનાં ચિત્રોમાં પ્રતિબિંબિત થાય છે.

અને તેઓ ની મૌલિકતા દર્શાવે છે. સરકારી નોંધ મુજબ આ કળા રાજા લાખાજી-૨ના કાર્યકાળ દરમ્યાન વિકસી. આયના મહેલ, ભુજ મ્યૂઝિયમ ઉપરાંત આ કળાના નમૂના અંજારના મેકમરડોના બંગલામા પણ જોવામળેછે. ચિત્રોના વિષયોની વિવિધતા મા પશુ,

પંખી, પાન, ફૂલ, વેલ, રોજિંદા જીવનનો ક્રમ, રામાયણ - મહાભારત જેવાં મહાકાવ્યોના પ્રસંગો, ગજયુદ્ધ અને હરણોના શિકાર સહિતનાં કલાત્મક ચિત્રાંકનો અનેક સ્થળોએથી પ્રાપ્ત થયા છે. ભવ્યતા ઉપરાંત કલ્પનાત્મકતા એ ચિત્રોનો પ્રાણ છે. રાજવી શોભાયાત્રામાં શોભતા ઊંટ અને હાથી તથા માતા-શિશુના ચિત્રમાં રાજપુત અને મુગલ ચિત્રશૈલીની છાંટ જોવા મળે છે.

દોઢસો વર્ષ પુરાણાં આ ભીંતચિત્રો કચ્છના કમાંગર કોમના કલાકારોના શાસ્ત્રીય સ્પર્શથી સફળતાના શિખરને સ્પર્શી શક્યાં છે. કચ્છી લોકકલાનો પાસ પણ આ કલા ઉપર અનુભવાય છે. ભીંતચિત્રો ઉપરાંત પોથીચિત્રો, પટ્ટચિત્રો તેમજ કાગળ ઉપર પણ ચિત્રો આ જ શૈલીમાં અવતર્યાં છે. કમાંગરી શૈલીમાં લય, રચના, વસ્તુવિચાર, સુઘડતા, રેખાંકન અને પ્રમાણભાન સરાહનીય છે. ઘાટા તેજસ્વી રંગો, ગતિશીલતા અને કચ્છની આગવી ભાત પાડતી ભરતકામ જેવી બુટ્ટીઓ આ ચિત્રો નો પ્રાણ છે. કચ્છના કમાંગર કલાકારો મુસ્લિમ હતા. તેઓ આકર્ષક ચિત્રકામવાળા ધનુષ્ય બનાવતા.

ઉત્તર ભારતથી કચ્છ આવેલા આ કલાકારો ચામડાની ઢાલ અને રમકડાં બનાવતા. તેઓ શુભ પ્રસંગે લોકોના ઘરમાં હાથી, ઘોડા, વૃક્ષો, પક્ષી વગેરે ચીતરી આપી ગુજરાન ચલાવતા. કમાંગરનો મૂળ શબ્દ કર્મક અગ્ર એટલે કે સારા કામમાં આગળ.

કમાંગરી ચિત્રકારી લોકપ્રિય થવાથી તેમાં હિંદુ ચિત્રકારો પણ ભળ્યા. ભીંત ઉપરાંત છત પર લાગેલ છાપરા ઉપર ચિત્રો કરવાનો ચાલ હતો. કમાંગર શૈલીનાં ચિત્રોની અસર અન્ય કલાઓ ઉપર થતાં દાગીનામાં અને હાથીદાંતની બંગડીઓ ઉપર, નકશીકામની માંગ વધી. ચાંદીનાં વાસણો, ભરતગૂંથણ અને રાચરચીલામાં કમાંગરી નકશીવાળા નમૂના કચ્છમાં સચવાયા છે.

ભુજ, માંડવી ઉપરાંત કેટલાંક તળનાં ગામોમાં ભૂકંપ પહેલાં આ ચિત્રો જોવા મળતાં, દેશલપુર (કંઠી), મુન્દ્રા, નલિયા, અંજાર, થાન ધીણોધર, બીબ્બર, લખપત જેવાં સ્થાનો સુશોભિત હતાં. આ સમૃદ્ધ વારસાને શ્રીમંતો અને રાજ્યનો આશ્રય મળેલો. કચેરીઓ, રહેઠાણ અને ધર્મસ્થાનની લીંપેલી ભીંતો ઉપર ખાસ પ્રક્રિયા કરવામાં આવતી, જેથી એ ટકે. પૌરાણિક વિષયો પછી બ્રિટિશરોના આગમનને કારણે

નવા વિષયો તેમા ઉમેરાતા ગયા ,કુદરતી સૌંદર્યને રેખાચિત્રોમાં ઢાળ્યું.

આ સઘળું અઢારસોની સાલના ઉત્તરાર્ધનું હોવાનું મનાય છે. ભુજથી સાઠ કિ.મી.ના અંતરે આવેલ થાનમાં અ૦વેલામઠમાં નાની થાંભલીઓવાળી પરસાળમાં મોર રથને હંકારતા હોય એવા ચિત્રમાં દેવદૂત સમા સુંદર બાળનું ચિત્ર છે. કારભારીઓ અને નૃત્યકારો ઉપરાંત ફૂલનાં ચિત્રો પણ મળે. અન્ય સ્થળે મનુષ્ય અને દેવોના સમાન ભાવવાળા, સરખી આકૃતિવાળા ચહેરા વહાલ અને ઉપહાસ. બન્ને નીપજાવે છે.રંગાયેલા હોઠવાળાં પૌરાણિક પાત્રો, રાસમંડળ, મહારાજા ખેંગારજીનો લગ્નપ્રસંગ, અતિ સુંદર ઝીણી ભાતવાળી દાડમડી, માતા ત્રિશલાનાં ચિત્રોને ઇંગ્લેન્ડ અને જર્મનીનાં સંગ્રહાલયોમાં પણ સ્થાન મળ્યું છે. એ વાત અલગ છે કે ઘરઆંગણે આ કલાકારો બહુ ઓછા પોંખાયા છે જે એક કડવી વાસ્તવિક્તા છે.

ખજૂરીની ડાળીમાંથી બ્રશ બનાવી સ્થાનિક જૈવિક રંગો માટે પથ્થર, ખનિજ, વનસ્પતિ, સરેશ, ગૂગળ અને ગુંદર મેળવાતા. માટી, ગૌમૂત્ર, ગેરુ, સિંદૂર, પાણીની શેવાળ, ગળી અને મોરથૂથુનો ઉપયોગ છૂટથી થતો. બારીક ભાત જોવા મળે આ ચિત્રોમાં - ગોવર્ધનધારી કૃષ્ણ, કારભારી, વેણુગોપાલ, રાવણવધ, ફૂલવેલભાત, અશોકવાટિકા, ગોપીવસ્ત્ર, હરણ, પાલખી, રથ, ધોડદોડ, ઢોલામારુ અને... અનેકાનેક. અંજારના મેકમેડી બંગલામાં દીવાલ પર વૃક્ષ, પાન, ફૂલ, ડાળી ઉપરાંત નાનાં પક્ષીઓની ભાત એક અને અજોડ છે આમ આકમાંગર કળા એક ખરેખર કચ્છ નો અજોડ વારસો છે જેમા કોઇ બે મત નથી.

સંદર્ભઃ રસવલ્લરી- સુધા ભટ્ટ, વિકિપીડિયા અને વિવિધ અખબારી અહેવાલો

7

ભુજ

ભુજ ગુજરાત માં આવેલું એક પ્રાચીન શહેર અને કચ્છ જિલ્લા અને ભુજ તાલુકાનું વહીવટી મથક છે. ઈ.સ વિક્રમ સંવંત ૧૬૦૫ માં માગસર સુદ ૫ માં કચ્છ ના મહારાવ શ્રી ખેંગારજી પહેલા એ હમીરાઈ તલાવડી ના કાંઠે ખીલ્લી ખોડીને ભુજ શહેરની સ્થાપના કરી હતી . .અને ભુજ ને કચ્છ ની રાજધાની ઘોષિત કરી હતી આ પહેલા લાખિયારવીરા હતી .ત્યારથી ભુજ નો સ્થાપના દિવસ ઉજવાય છે .

ભુજિયા ડુંગરની તળેટીમાં વસેલું ભુજ કચ્છનું સૌથી મોટું શહેર છે. પ્રાચીન કિલ્લાની વચ્ચે વસેલું જૂનું ભુજ ઐતિહાસીક મહત્વ ધરાવે છે. અત્યંત સુંદર કોતરણી ધરાવતા મહેલો, મંદિરો અને પાંચ ગઢનાં નાકાં અને છઠી બારી તેના ઇતિહાસની યાદ અપાવે છે. અદ્યતન ભુજ, જિલ્લાનું વહીવટી મથક તથા ભારતની પશ્ચિમ સીમાનું સંરક્ષણ કેન્દ્ર પણ છે. ભુજની સરેરાશ ઉંચાઇ ૧૧૦ મીટર છે. શહેરની પૂર્વ બાજુએ ભુજિયો ડુંગર આવેલો છે, જેના પર ભુજિયો કિલ્લો આવેલો છે, જે ભુજ શહેર અને માધાપરને જુદા પાડે છે. શહેરના મુખ્ય તળાવોમાં હમીરસર તળાવનો સમાવેશ થાય છે, જ શહેરનું મુખ્ય આકર્ષણ અને દેખાવ દરબારગઢમાં આવેલ નવો ભવ્ય રાજમહેલ પ્રાગમહેલ અને તેની ઉપર બુલંદ ટાવર જે દ્રષ્ટિ પડતાની સાથે ભવ્યતાની સાથે કલા સૌંદર્યના દર્શનથી સૌ કોઇને આકર્ષે છે.

મહારાઓશ્રી પ્રાગમલજીને બાંધકામનો શોખ હોઇ રાજમહેલ બનાવવા માટે છેક ઇટાલીથી કુશળ અંગ્રેજ ઇજનેર કર્નલ વિલ્કીન્સને બોલાવી મહેલની ભવ્ય ડિઝાઇન તૈયાર કરાવડાવેલ. એ ઇજનેરના માગદર્શન હેઠળ કામ શરૂ કરાવેલ જેમાં પથ્થર પણ કચ્છનો જ વપરાયો. અંધૌની ખાણનો પથ્થર ચણતરમાં વાપરેલ. કારીગરોમાં સમાજના ભાઇઓને તૈયાર કરીને કામે લગાવાયેલા. બાંધકામ ઇટાલિયન શૈલીનું પણ શિલ્પકારો સ્થાનિકના હોઇ તેઓનું મૂળ રાજસ્થાન હોતા રાજસ્થાની શૈલીમાં તથા ઇસ્લામી કળાનું ત્રિવેણી સંગમ શિલ્પ સ્થાપત્યમાં ઉતરી આવેલ.

આ મહેલ ઇ.સ. ૧૮૬૫માં રૂપિયા ૩૧ લાખના ખર્ચે તૈયાર થયેલ. આશરે દોઢસો ફૂટની ઊંચાઇ (૪૫ મીટર ઊંચો બુલંદ ટાવર છેલ્લી બાલ્કનીમાં ૨૦ ફૂટ ઊંચો મિનારો બનાવેલ. તેમાં વિશાળ ઘડિયાળ જેના મીઠા ટકોરા ઠેઠ માધાપર સુધી સંભળાતા. એ જમાનામાં આવો ભવ્ય મહેલ ભારતભરમાં વિશિષ્ટ ગણાતો. ભુજ શહેરના સમયનો પ્રહરી ભવ્ય ભૂતકાળના શિલ્પકલા સ્થાપત્યનું અમૂલ્ય નજરાણું બની રહેલ છે.

સને ૧૮૬૮ માં ગજધર જેરામભાઇ રૂડાભાઇની દેખરેખ હેઠળ ભુજ શહેરમાં કચ્છની પ્રથમ હાઇસ્કૂલના બિલ્ડિંગનું નિર્માણ થયેલ. તે પહેલાં હાઇસ્કૂલ તરીકે પાટવાડી નાકે સંસ્કૃત પાઠશાળા સામે આવેલ મકાન વપરાતું હતું. બાદ ભવ્ય ઇમારત બંધાતા હમીરસરના કાંઠે ઓલ્ફ્રેડ હાઈસ્કૂલ ખસેડાઇ. તા. ૧૪/૧૧/૧૮૮૪ના ઓલ્ફ્રેડ હાઈસ્કૂલની પાસે મુંબઇના રાજયપાલ જેમ્સ ફર્ગ્યુસનના હસ્તે મ્યુઝિયમ માટેની ઇમાતની પાયાવિધિ થયેલ. અને ફર્ગ્યુસન મ્યુઝિયમ શરૂ થયેલ છે. જે ઇ.સ.૧૯૪૮ માં ભારત આઝાદ થતાં કચ્છ મ્યુઝિયમનાં નામથી આજે પણ ઓળખાય છે. શતાબ્દી વટાવી ચૂકેલ આ મ્યુઝિયમ ગુજરાતનું સૌ પ્રથમ મ્યુઝિયમ છે. આ ઇમારત પણ ઇટાલિયન શૈલીની છે.

કચ્છ રાજયના તે વખતના ઇજનેર શ્રી મેક લેલેન્ડ દ્વારા ડિઝાઇન તૈયાર કરાયેલી. કચ્છમાં પ્રથમ રેલ્વે શરૂ થઇ. ભુજ થી અંજાર, અંજાર થી તુણા ૩૫ માઇલની રેલ્વેનું રેલ્વે કોન્ટ્રાકટર ઇ.સ. ૧૮૯૮માં બાંધકામ શરૂ થયેલ. સને ૧૯૦૫માં તુણા થી અંજાર અને

૧૯૦૯માં ભુજ થી અંજાર નેરોગેજ રેલ્વે શરૂ થયેલ.

ભુજના હરદયસમા હમીરસરને સોહામણું બનાવવા ગુજરાતની પ્રથમ ઐતિહાસિક નવલકથા કરણઘેલો ના લેખક અને કચ્છ રાજયના દિવાન નંદશંકર તુળજાશંકરે સને ૧૮૩૦ માં મહાદેવ નાકા બહારથી શરૂ થતી તળાવની કલાત્મક પાળ તથા સામે વિસામા માટેના તોતિંગ ઓટલા પણ ગજધર જેરામભાઇ રુડાભાઇની રાહબરી હેઠળ બંધાવેલ. આરાઘાટ જેરામભાઇ એ જ બાંધેલા પાળને આરાઘાટ બનતાં હમીરસરનું સૌંદર્ય વધુ આકર્ષક બનેલું.

ગજધર જેરામભાઇની ત્રીજી પેઢી વડવા પીતામ્બર તથા તેમના પુત્ર જગમાલ પીતામ્બર પદમા એ કચ્છના પાટનગર ભુજમાં રક્ષણ માટે મહારાઓશ્રી દેશળજી પહેલાના (ઇ.સ. ૧૭૧૮ થી ૧૭૫૮) દિવાન દેવકરણ શેઠની નજર હેઠળ ભુજ નગરને ફરતે ગઢ (આલમપનાના ગઢ) ચણેલ બાદ એવાજ અન્ય ગઢ જેમાં અંજાર શહેર, મુન્દ્રા શહેર, રાપર અને બાલંભાના નવા ગઢો પણ તેમણે જ ચણેલ હતા ભુજ શહેરની ભાગોળે આવેલો ભૂજિયો ડુંગર શહેરની શાન છે.

ભુજંગ નાગની લાંબી વાર્તા સાથે આ ડુંગરની વાત જોડાયેલી છે. ભૂજિયો ડુંગર ભુજનો લશ્કરી રક્ષક હતો. આ ડુંગરને રક્ષિત રખાલ તરીકે જાહેર કરી મહારાવે બહાર થી દીપડા આયાત કરી છૂટા મૂક્યા હતા. ભુજિયા ડુંગર પર નાગ દેવતાનું મંદિર છે જેમાં માતંગ પુજા કરે છે. ભુજિયાની તળેટીમાં દર વર્ષે શ્રાવણ સુદ પાંચમ નાગપંચમીના દિવસે મેળો ભરાય છે. એક વાત મુજબ ભુજિયા ડુંગર માથી જામનગર સુધીના ભોંયરા હોવાનું મનાય છે.

દંતકથા મુજબ કચ્છ પર નાગ લોકોનું શાસન હતું. શેષપટ્ટનની રાણી સાગાઇએ ભેરિયા કુમારની સાથે મળીને નાગ લોકોના વડા ભુજંગ સામે બળવો કર્યો. લડાઇ પછી ભેરિયાનો પરાજય થયો અને સાગાઇ સતી થઇ. ભુજંગ જ્યાં રહેતો હતો તે ટેકરી ભુજિયા ડુંગર તરીકે જાણીતી થઇ અને નજીકનું શહેર ભુજ તરીકે ઓળખાયું. ભુજંગની પૂજા નાગદેવતા તરીકે કરવામાં આવે છે અને ત્યાં તેનું મંદિર બાંધવામાં આવ્યું છે.

આ ડુંગર ૧૬૦ મીટર ઉંચાઇ ધરાવે છે

સમ્મા જાડેજા રાજવીઓ દ્વારા શહેરના રક્ષણ માટે ભુજિયો કિલ્લો

બાંધવામાં આવ્યો હતો. ગોદીજી પહેલાએ ઇ.સ. ૧૭૧૫માં કિલ્લાનું બાંધકામ શરૂ કરાવેલું જે દેશલજી પહેલાના સમયમાં ઇ.સ. ૧૭૪૧માં પૂર્ણ થયેલું. આ કિલ્લાએ તેના ઇતિહાસમાં મુખ્ય ૬ યુદ્ધો જોયા છે.મંદિરના દેવ - ભુજંગ

કિલ્લાના એક ખૂણે એક નાનો ચોરસ મિનારો 'ભુજંગ નાગ' ને સમર્પિત છે, જે લોકકથા મુજબ પાતાળના દેવ 'શેષનાગ' નો ભાઇ છે. તે કાઠિયાવાડના થાન પ્રદેશમાંથી આવ્યો હતો અને કચ્છને દૈત્ય અને રાક્ષસોના ત્રાસમાંથી મુક્ત કરાવ્યું હતું.

ભુજંગ મંદિર પણ કિલ્લાના બાંધકામ સમયે દેશલજી પ્રથમના શાસન (૧૭૧૮-૧૭૪૦) દરમિયાન બંધાયુ હતું. નાગ દેવતાની પૂજા કરતા નાગા બાવાઓની મદદથી એક યુદ્ધમાં વિજય મેળવતા દેશલજીએ ૧૭૨૩માં ત્યાં એક છત્રીનું નિર્માણ કરાવ્યું હતું. આ ઘટના પછી દર નાગ પંચમીએ કિલ્લા પર મેળો ભરાય છે.૨૦૦૧ના ગુજરાતના ધરતીકંપમાં ભોગ બનેલા લોકો માટે ડુંગર પર એક સ્મૃતિવન અને સંગ્રહાલય બનાવવામાં આવ્યું છે તેનું નિર્માણ કાર્ય ચાલુ છે ... તેમાં દરેક વ્યક્તિને એક એમ કુલ ૧૩,૮૦૫ વૃક્ષો સમર્પિત કરવામાં આવ્યા છે અને ૧૦૮ નાના જળાશયો બનાવવામાં આવ્યા છે.

ભુજ માં જોવા લાયક સ્થળો માં જોઈએ તો <u>હમીરસર</u>,<u>આયના મહેલ</u>,<u>કાળો ડુંગર</u>,જ્યુબીલી મેદાન,છતેડી,<u>ટપકેશ્વરી મંદિર</u>,ત્રિ મંદિર,દરબાર ગઢ,ભુજ સંગ્રહાલય,<u>ભુજિયો ડુંગર</u>,રાજેન્દ્ર બાગ,રુદ્ર માતા ડેમ,સુરલ ભીટ મહાદેવ,સ્વામિનારાયણ ,હિલ ગાર્ડનનો સમાવેશ થાય છે .,આમ ભુજ એક વિક્સિત શહેર છે જેની સમૃદ્ધિ સતત વધતી જાય છે ...

સંદર્ભ :વિકિપીડિયા , વિવિધ અખબારી અહેવાલો અને વિવિધ કચ્છી લેખકો ના બ્લોગ અને લેખ આધારિત માહિતી

www.ingramcontent.com/pod-product-compliance
Lightning Source LLC
Chambersburg PA
CBHW071313130726
47997CB00007B/2530